முடிவில் ஒரு ஆரம்பம்

INDIAVIN SUDHANTHIRA KATHAI

கவின்

Copyright © Kaveen
All Rights Reserved.

This book has been published with all efforts taken to make the material error-free after the consent of the author. However, the author and the publisher do not assume and hereby disclaim any liability to any party for any loss, damage, or disruption caused by errors or omissions, whether such errors or omissions result from negligence, accident, or any other cause.

While every effort has been made to avoid any mistake or omission, this publication is being sold on the condition and understanding that neither the author nor the publishers or printers would be liable in any manner to any person by reason of any mistake or omission in this publication or for any action taken or omitted to be taken or advice rendered or accepted on the basis of this work. For any defect in printing or binding the publishers will be liable only to replace the defective copy by another copy of this work then available.

பொருளடக்கம்

1. இந்திய தேசியவாதம் — 1
2. 1885 இல் இந்திய தேசிய காங்கிரஸ் (inc) — 2
3. வங்கப் பிரிவினை (1905) — 3
4. சுதேசி இயக்கம் — 5
5. சுதேசி இயக்கத்தின் தோல்விக்கான காரணங்கள் — 8
6. காங்கிரஸில் பிளவு — 10
7. இந்திய தேசிய காங்கிரஸைப் பற்றிய ஆங்கிலேயரின் கொள்கை — 11
8. மிண்டோ-மோர்லி அரசியலமைப்பு சீர்திருத்தங்கள் (1909) — 13
9. கதர் இயக்கம் (1914) — 15
10. கோமகதாமரு சம்பவம் — 17
11. காதரின் பலவீனம் — 18
12. ஹோம் ரூல் இயக்கம் (1916-1918) — 19
13. பீகாரில் சம்பரன் இயக்கம் (1917) — 21
14. குஜராத்தில் அகமதாபாத் சத்தியாக்கிரகம் (1918) — 23
15. குஜராத்தில் கேடா சத்தியாகிரகம் (1918) — 25
16. ரவுலட் சத்தியாகிரகம் (1919) — 27
17. ஜாலியன் வாலாபாக் படுகொலை (1919) — 28
18. ஒத்துழையாமை இயக்கம் (1920) — 29
19. கிலாபத் இயக்கம் (1919-24) — 30
20. சௌரி சௌரா சம்பவம் (1922) — 31
21. குஜராத்தில் பர்தோலி சத்தியாகிரகம் (1928) — 32
22. பூர்ண ஸ்வராஜ் அல்லது முழுமையான சுதந்திரப் பிரச்சாரம் (1929) — 34

பொருளடக்கம்

23. கீழ்ப்படியாமை இயக்கம் மற்றும் தண்டி மார்ச் (1930) — 35
24. இந்திய அரசு சட்டம் (1935) — 37
25. காங்கிரஸ் அமைச்சர்கள் ராஜினாமா (1939) — 39
26. திரிபுரியில் நெருக்கடி (1939) — 41
27. தனிநபர் சத்தியாகிரகம் (1940) — 43
28. வெள்ளையனே வெளியேறு இயக்கம் (1942) — 45
29. சிம்லா மாநாடு (1945) மற்றும் வேவல் திட்டம் — 47
30. Rin கலகம் (1946) — 49
31. மவுண்ட்பேட்டன் திட்டம் (1947) — 51
32. இந்திய சுதந்திர சட்டம் (1947) — 52

1
இந்திய தேசியவாதம்

இந்தியா அதன் வரலாற்றில் மௌரியப் பேரரசு மற்றும் முகலாயப் பேரரசு போன்ற பல பேரரசுகளின் கீழ் ஒன்றுபட்டுள்ளது. இந்தியாவில் உள்ள பெரும்பாலான மையப்படுத்தப்பட்ட நிர்வாகம் நீண்ட காலம் நீடிக்கவில்லை என்றாலும் - ஒருமை உணர்வு பல ஆண்டுகளாக இருந்து வருகிறது.

முகலாய ஆட்சியின் முடிவில், இந்தியா நூற்றுக்கணக்கான சமஸ்தானங்களாக உடைந்தது. முகலாயப் பேரரசின் வீழ்ச்சிக்கு முக்கியப் பங்காற்றிய ஆங்கிலேயர்கள் - சமஸ்தானங்களின் மீது கட்டுப்பாட்டை வைத்திருந்து பிரிட்டிஷ் இந்தியப் பேரரசை உருவாக்கினர். இருப்பினும், பெரும்பாலான இந்தியர்கள் சுரண்டும் அந்நிய ஆட்சியில் மிகவும் அதிருப்தி அடைந்தனர். ஆங்கிலேயர்கள் எப்போதும் தங்கள் காலனித்துவ நலன்களுக்கு முன்னுரிமை அளித்து, இந்தியாவை ஒரு சந்தையாக மட்டுமே கருதினர் என்பதை படித்த இந்தியர்கள் உணர்ந்தனர். அவர்கள் இந்தியாவின் அரசியல் சுதந்திரத்திற்காக வாதிட்டனர்.

2
1885 இல் இந்திய தேசிய காங்கிரஸ் (INC)

பத்தொன்பதாம் நூற்றாண்டின் பிற்பகுதியில் பிரிட்டிஷ் இந்தியாவில் பல அரசியல் அமைப்புகள் தோன்றின. 1885 இல் நிறுவப்பட்ட இந்திய தேசிய காங்கிரஸ் (காங்கிரஸ் கட்சி என்றும் அழைக்கப்படுகிறது) மிக முக்கியமான ஒன்றாகும். ஆரம்பத்தில், அதன் நோக்கம் இந்தியர்களுக்கும் பிரிட்டிஷ் ரா

ஜ்ஜியத்திற்கும் இடையே குடிமை மற்றும் அரசியல் உரையாடலுக்கான ஒரு தளத்தை உருவாக்குவதாகும், இதனால் படித்த இந்தியர்களுக்கு அரசாங்கத்தில் அதிக பங்கைப் பெறுவது.

பின்னர், மகாத்மா காந்தி, ஜவர்ஹால் நேரு, சுபாஷ் சந்திரபோஸ், சர்தார் வல்லபாய் படேல் போன்ற தலைவர்களின் கீழ், ஆங்கிலேயருக்கு எதிரான வெகுஜன இயக்கங்களை அமைப்பதில் காங்கிரஸ் கட்சி முக்கியப் பங்காற்றியது.

3
வங்கப் பிரிவினை (1905)

இந்திய தேசியவாதம் வலுப்பெற்று வந்தது மற்றும் 1900 களின் முற்பகுதியில் இந்திய தேசியவாதத்தின் நரம்பு மையமாக வங்காளம் இருந்தது. லார்ட் கர்சன், வைஸ்ராய் (1899-1905), வங்காளம் முழுவதிலும், உண்மையில் இந்தியா முழுவதிலும் இருந்து காங்கிரஸ் கட்சி கையாளும் மையமாக இருந்த கல்கத்தாவை அதன் நிலையிலிருந்து 'தள்ளுபடி' செய்ய முயன்றார். வங்காளத்தை இரண்டாகப் பிரிக்கும் முடிவு டிசம்பர் 1903 முதல் காற்றில் இருந்தது. காங்கிரஸ் கட்சி - 1903 முதல் 1905 நடுப்பகுதி வரை - மனுக்கள், குறிப்புகள், உரைகள், பொதுக் கூட்டங்கள் மற்றும் பத்திரிகை பிரச்சாரங்களில் மிதமான நுட்பங்களை முயற்சித்தது. பிரிவினைக்கு எதிராக இந்தியாவிலும் இங்கிலாந்திலும் பொதுமக்களின் கருத்துக்கு திரும்புவதே இதன் நோக்கம். இருப்பினும், வைஸ்ராய் கர்சன் 1905 வங்காளப் பிரிவினைக்கான பிரிட்டிஷ் அரசாங்கத்தின் முடிவை 19 ஜூலை 1905 அன்று அதிகாரப்பூர்வமாக அறிவித்தார். பிரிவினை 16 அக்டோபர் 1905 அன்று நடைமுறைக்கு வந்தது. பிரிவினை என்பது மற்றொரு வகையான பிரிவினையை - மத அடிப்படையில் வளர்ப்பதற்காகவே. முஸ்லீம் வகுப்புவாதிகளை காங்கிரஸுக்கு எதிர்மாறாக வைப்பதே நோக்கமாக இருந்தது. டாக்காவை புதிய தலைநகராக மாற்றுவதாக கர்சன் உறுதியளித்தார்.

இது இந்தியர்கள் மத்தியில் கடும் அதிருப்தியை ஏற்படுத்தியது. ஆங்கிலேயர்களின் 'பிளவு மற்றும் ஆட்சி' கொள்கையாகவே பலர் இதைக் கருதினர். இது சுதேசி இயக்கம் என்று பிரபலமாக அறியப்படும் தன்னிறைவு இயக்கத்தைத் தூண்டியது.

4
சுதேசி இயக்கம்

பழமைவாத மிதவாதத்தில் இருந்து அரசியல் தீவிரவாதம் வரை, பயங்கரவாதத்திலிருந்து தொடக்க சோசலிசம் வரை, மனு மற்றும் பொது உரைகள் முதல் செயலற்ற எதிர்ப்பு மற்றும் புறக்கணிப்பு வரை, அனைத்தும் இயக்கத்தில் அவற்றின் தோற்றம் கொண்டவை. சுதேசி என்பது இரண்டு சமஸ்கிருத வார்த்தைகளின் இணைப்பாகும்: ஸ்வா ("சுய") மற்றும் தேஷ் ("நாடு"). இந்த இயக்கம் உள்நாட்டு தயாரிப்புகளின் பயன்பாட்டையும் நுகர்வையும் பிரபலப்படுத்தியது. இந்திய தயாரிப்புகளுக்காக பிரிட்டிஷ் பொருட்களை இந்தியர்கள் கைவிடத் தொடங்கினர். பெண்கள், மாணவர்கள் மற்றும் வங்காள மற்றும் இந்தியாவின் பிற பகுதிகளில் உள்ள

நகர்ப்புற மற்றும் கிராமப்புற மக்களில் பெரும் பகுதியினர் சுதேசி இயக்கத்தின் மூலம் முதல் முறையாக அரசியலில் தீவிரமாக ஈடுபட்டுள்ளனர். சுதேசி மற்றும் வெளிநாட்டு பொருட்களை புறக்கணித்தல் பற்றிய செய்தி விரைவில் நாட்டின் பிற பகுதிகளுக்கும் பரவியது. பாலகங்காதர திலக், பிபின் சந்திர பால், லஜபதி ராய் மற்றும் அரவிந்த கோஷ் தலைமையிலான போர்க்குணமிக்க தேசியவாதிகள் இந்த இயக்கத்தை இந்தியாவின் மற்ற பகுதிகளுக்கும் விரிவுபடுத்துவதற்கும், சுதேசி மற்றும் பகிஷ்கரிப்பு

என்ற முழு அளவிலான அரசியல் வெகுஜனப் போராட்டத்திற்கு அப்பால் கொண்டு செல்வதற்கும் ஆதரவாக இருந்தனர். அவர்களுக்கு சுயராஜ்ஜியமே குறிக்கோள். 1906 ஆம் ஆண்டில், தாதாபாய் நௌரோஜி தலைமையில் நடைபெற்ற கல்கத்தா அமர்வில் இந்திய தேசிய காங்கிரஸ், இந்திய தேசிய காங்கிரஸின் குறிக்கோள் 'சுயராஜ்யம் அல்லது ஐக்கிய இராச்சியம் அல்லது காலனிகளைப் போன்ற சுயராஜ்யம்' என்று அறிவித்தது.

மிதவாதிகள் மற்றும் தீவிரவாதிகள் என்ற பெயர்களில் பிரபலமாக அறியப்பட்ட காங்கிரஸ்காரர்களுடன் சித்தாந்தங்களில் வேறுபாடுகள் இருந்தன. இயக்கத்தின் வேகம் மற்றும் கடைப்பிடிக்க வேண்டிய போராட்ட நுட்பங்கள் குறித்து அவர்களுக்கு கருத்து வேறுபாடுகள் இருந்தன. இது 1907 சூரத் காங்கிரஸின் அமர்வில் ஒரு தலைக்கு வந்தது, அங்கு கட்சி பிளவுபட்டது (இரு பிரிவுகளும் பின்னர் மீண்டும் இணைந்தன). இந்த காலகட்டத்தில் இந்திய கலை, இலக்கியம், இசை, அறிவியல் மற்றும் தொழில்துறையிலும் முன்னேற்றம் கண்டது. சுதேசி இயக்கத்தின் தாக்கம் கலாசாரத் துறையில் மிக அதிகமாகப் பதிவாகியிருக்கலாம். அந்த நேரத்தில் ரவீந்திரநாத் தாகூர், ரஜனி காந்தா சென் போன்றவர்களால் இயற்றப்பட்ட பாடல்கள் அனைத்து சாயல்களையும் கொண்ட தேசியவாதிகளுக்கு நகரும் உணர்வாக அமைந்தது. கலையில், அபனீந்திரநாத் தாகூர் இந்தியக் கலையின் மீதான விக்டோரிய இயற்கையின் ஆதிக்கத்தை உடைத்து, முகலாய, ராஜ்புத் மற்றும் அஜந்தா ஓவியங்களின் வளமான உள்நாட்டு மரபுகளிலிருந்து உத்வேகம் பெற்ற காலகட்டம் இதுவாகும். அறிவியலில், ஜகதீஷ் சந்திர போஸ், பிரபுல்ல சந்திர ரே மற்றும் பலர் அசல் ஆராய்ச்சிக்கு முன்னோடியாக இருந்தனர், இது உலகம் முழுவதும் பாராட்டப்பட்டது. சுதேசி காலம் பாரம்பரிய பிரபலமான திருவிழாக்கள் மற்றும் மேளாக்களை வெகுஜனங்களை சென்றடைவதற்கான ஒரு வழிமுறையாக ஆக்கப்பூர்வமாக பயன்படுத்தப்பட்டது. திலகர் பிரபலப்படுத்திய கணபதி மற்றும் சிவாஜி விழாக்கள் மேற்கத்திய இந்தியாவில் மட்டுமின்றி வங்காளத்திலும் சுதேசி பிரச்சாரத்திற்கான ஊடகமாக மாறியது. சுதேசி இயக்கத்தின் மற்றொரு முக்கிய அம்சம், சுயசார்பு அல்லது பல்வேறு துறைகளில் 'ஆத்மசக்தி'க்கு அளிக்கப்பட்ட பெரும் முக்கியத்துவம் தேசிய கண்ணியம், மரியாதை மற்றும் நம்பிக்கையை மீண்டும் உறுதிப்படுத்துவதாகும். சுயசார்பு என்பது

சுதேசி அல்லது உள்நாட்டு நிறுவனங்களை அமைப்பதற்கான முயற்சியையும் குறிக்கிறது. அந்தக் காலகட்டத்தில் சுதேசி ஜவுளி ஆலைகள், சோப்பு மற்றும் தீப்பெட்டி தொழிற்சாலைகள் போன்றவை காளான்களாக வளர்ந்தன. சுய-சார்பு திட்டத்தின் முக்கிய அம்சங்களில் ஒன்று சுதேசி அல்லது தேசிய கல்வி. 1906 இல், தேசிய கல்வி கவுன்சில் நிறுவப்பட்டது. தொடக்க நிலை முதல் பல்கலைக்கழக நிலை வரை வட்டார மொழிக்கு அழுத்தம் கொடுக்கப்பட்டது.

தன்னார்வத் தொண்டர்களின் படைகள் (அல்லது அவர்கள் அழைக்கப்படுவது) சுதேசி இயக்கத்தால் பரவலாகப் பயன்படுத்தப்படும் வெகுஜன அணிதிரட்டலின் மற்றொரு முக்கிய வடிவமாகும். அஸ்வினி குமார் தத் நிறுவிய ஸ்வதேஷ் பந்தப் சமிதி அவர்கள் அனைத்திலும் மிகவும் பிரபலமான தன்னார்வ அமைப்பாகும்.

5
சுதேசி இயக்கத்தின் தோல்விக்கான காரணங்கள்

சுதேசி இயக்கத்தின் முக்கிய குறை என்னவென்றால், அது வெகுஜன ஆதரவைப் பெற முடியாமல் போனது. சுதேசி இயக்கத்திற்கு எதிராக முஸ்லிம்களை திருப்ப வகுப்புவாதத்தை ஆங்கிலேயர் பயன்படுத்தியதே இதற்கு பெரிய அளவில் காரணமாக இருந்தது. சுதேசி கட்டத்தின் போது, விவசாயிகளின் கோரிக்கைகளைச் சுற்றி விவசாயிகள் ஒழுங்கமைக்கப்படவில்லை. இந்த இயக்கம் விவசாயிகளை ஒரு குறிப்பிட்ட வழியில் மட்டுமே அணிதிரட்ட முடிந்தது. 1908 ஆம் ஆண்டின் நடுப்பகுதியில் அடக்குமுறை பொதுக் கூட்டங்கள், ஊர்வலங்கள் மற்றும் பத்திரிகைகள் மீதான கட்டுப்பாடுகள் மற்றும் தடைகளின் வடிவத்தை எடுத்தது. உட்பூசல்கள், குறிப்பாக, அகில இந்திய அளவில் உச்ச அமைப்பான காங்கிரஸில் (1907) ஏற்பட்ட பிளவு, இயக்கத்தை பலவீனப்படுத்தியது. சுதேசி இயக்கத்திற்கு ஒரு பயனுள்ள அமைப்பு மற்றும் கட்சி அமைப்பு இல்லை. கடைசியாக, வெகுஜன இயக்கங்களின் தர்க்கத்தின் காரணமாக இயக்கம் நிராகரிக்கப்பட்டது - அவை முடிவில்லாமல் நீடித்திருக்க முடியாது. எவ்வாறாயினும், தேசியவாதத்தின் கருத்தை, உண்மையான ஆக்கப்பூர்வமான பாணியில், பல பிரிவு மக்களிடம்

கொண்டு செல்வதில் இயக்கம் பெரும் பங்களிப்பைச் செய்தது. சுதேசி இயக்கத்தில் விவசாயிகளின் பங்களிப்பு குறைவாக இருந்தாலும், இந்தியாவில் நவீன வெகுஜன அரசியலின் தொடக்கத்தைக் குறித்தது.

6
காங்கிரஸில் பிளவு

இரு பிரிவுகளின் முக்கிய பொதுத் தலைவர்களான திலக் (தீவிரவாதிகள்) மற்றும் கோகலே (மிதவாதிகள்) ஆகியோர் தேசியவாத அணிகளில் ஒற்றுமையின்மையின் ஆபத்துகளை அறிந்திருந்தனர். 1906 இல் கல்கத்தா அமர்வில் தாதாபாய் நௌரோஜியை INC இன் தலைவராகத் தேர்ந்தெடுத்ததன் மூலம் பிளவு தவிர்க்கப்பட்டது. மேலும், சுதேசி, புறக்கணிப்பு, தேசிய கல்வி, சுயராஜ்யம் ஆகிய கோரிக்கைகள் மீது நான்கு சமரச தீர்மானங்கள் நிறைவேற்றப்பட்டன. இருப்பினும், ஐக்கிய காங்கிரஸின் நம்பிக்கை சிறிது காலம் நீடித்தது. தீவிரவாதிகள் சுதேசி மற்றும் புறக்கணிப்பு இயக்கத்தை வங்காளத்தில் இருந்து நாட்டின் மற்ற பகுதிகளுக்கும் விரிவுபடுத்த விரும்பினர் ஆனால் நடுநிலையாளர்கள் எதிர்த்தனர். நான்கு கல்கத்தா தீர்மானங்களை மிதவாதிகள் சிதைக்க விரும்புகிறார்கள் என்ற வதந்திகளால் தீவிரவாதிகள் கோபமடைந்தனர். இது அவர்களுக்கிடையே உரசல்களை உருவாக்கியது, இது 1907 டிசம்பர் 26 அன்று தப்தி நதிக்கரையில் சூரத்தில் நடைபெற்ற காங்கிரஸ் மாநாட்டில் பிளவுக்கு வழிவகுத்தது. 1907 டிசம்பரில் இந்திய தேசிய காங்கிரஸ் பிளவுபட்டது. 1907 வாக்கில், மிதவாத தேசியவாதிகள் தங்கள் வரலாற்றுப் பாத்திரத்தை முடித்துவிட்டனர். தேசிய இயக்கத்தின் புதிய கட்டத்தின் கோரிக்கைகளை அவர்கள் நிறைவேற்றத் தவறிவிட்டனர், இளைய தலைமுறையினரைக் கூட ஈர்க்கத் தவறிவிட்டனர். ஏறக்குறைய அதே நேரத்தில், புரட்சிகர பயங்கரவாதம் வங்காளத்தில் தோன்றியது.

7
இந்திய தேசிய காங்கிரஸைப் பற்றிய ஆங்கிலேயரின் கொள்கை

தேசிய காங்கிரஸின் தொடக்கத்திலிருந்தே ஆங்கிலேயர்கள் சந்தேகம் கொண்டிருந்தனர், ஆனால் அவர்கள் வெளிப்படையாக விரோதப் போக்கையும் கொண்டிருக்கவில்லை. 1888 இல் வைஸ்ராய் டஃபரின் INC என்பது உயரடுக்கை மட்டுமே பிரதிநிதித்துவப்படுத்துகிறது - 'ஒரு நுண்ணிய சிறுபான்மை' என்று கேலி செய்தார். லார்ட் கர்சன் கூறினார்: "காங்கிரஸ் அதன் வீழ்ச்சியை நோக்கி தத்தளிக்கிறது, இந்தியாவில் இருக்கும் போது எனது மிகப்பெரிய லட்சியங்களில் ஒன்று அமைதியான அழிவுக்கு உதவ வேண்டும்." சுதேசி மற்றும் புறக்கணிப்பு இயக்கம் தொடங்கியவுடன் INC மீதான ஆங்கிலேயர்களின் அச்சுறுத்தும் கொள்கைகள் மாறியது. போர்க்குணமிக்க தேசியவாதப் போக்கு வலுப்பெற்றது ஆங்கிலேயர்களை எச்சரித்தது. கேரட் மற்றும் குச்சியின்

கொள்கை எனப்படும் புதிய கொள்கை அறிமுகப்படுத்தப்பட்டது. அது மூன்று முனைகளாக இருந்தது. இது அடக்குமுறை-சமரசம்-அடக்கு-முறை கொள்கையாக விவரிக்கப்பட்டது. முதல் கட்டத்தில் லேசாக இருந்தாலும் தீவிரவாதிகள் ஒடுக்கப்பட்டனர். மிதவாதிகளை பயமுறுத்-துவதே இதன் நோக்கம். பிரிட்டிஷாரும் மிதவாதிகள் தீவிரவாதிகளிடம் இருந்து தங்களை விலக்கிக் கொண்டால் சில சலுகைகள் மற்றும் வாக்-குறுதிகள் மூலம் சமாதானப்படுத்த முயன்றனர். இருப்பினும், ஆங்கிலே-யர்கள் எப்போதும் தீவிரவாதிகளை ஒடுக்கவே விரும்பினர்.

8
மிண்டோ-மோர்லி அரசியலமைப்பு சீர்திருத்தங்கள் (1909)

மிண்டோ பிரபு தலைமையில் வைஸ்ராய் மற்றும் ஜான் மோர்லி மாநிலச் செயலாளராக இருந்த இந்திய அரசு, சட்ட மன்றங்களில் புதிய சீர்-திருத்தங்களை வழங்கியது. அவர்கள் இந்திய தேசிய காங்கிரஸில் உள்ள மிதவாதிகளுடன் இது தொடர்பாக விவாதங்களை ஆரம்பித்தனர். இருப்பினும், இந்த முடிவு எடுக்கப்பட்டபோது, மிதவாதிகள் மட்டுமல்ல, ஒட்டுமொத்த நாடும் ஏமாற்றமடைந்தது.

1909 ஆம் ஆண்டின் இந்திய கவுன்சில்கள் சட்டம் இம்பீரியல் லெஜிஸ்லேட்டிவ் கவுன்சில் மற்றும் மாகாண சட்ட சபைகளில் தேர்ந்தெ-டுக்கப்பட்ட உறுப்பினர்களின் எண்ணிக்கையை அதிகரித்தது (ஆனால் அவர்களில் பெரும்பாலோர் இன்னும் மறைமுகமாக தேர்ந்தெடுக்கப்பட்-டனர்). கவர்னர் ஜெனரலின் நிர்வாகக் குழுவின் உறுப்பினராக இந்தி-யர் ஒருவர் நியமிக்கப்பட இருந்தார். சட்டம் உறுப்பினர்கள் தீர்மானங்-களை அறிமுகப்படுத்த அனுமதித்தது; கேள்விகள் கேட்கும் சக்தியையும் அதிகரித்தது. தனி பட்ஜெட் உருப்படிகளுக்கு வாக்களிக்க அனுமதிக்-

கப்பட்டது. மோர்லி-மிண்டோ சீர்திருத்தங்களின் உண்மையான நோக்கம் தேசியவாத அணிகளைப் பிரித்து முஸ்லிம் வகுப்புவாதத்தின் வளர்ச்சியை ஊக்குவிப்பதாகும். பிந்தையவர்களுக்காக, அவர்கள் தனித்தனி தேர்தல் முறையை அறிமுகப்படுத்தினர், இதன் கீழ் முஸ்லிம்கள் அவர்களுக்கு பிரத்யேகமாக ஒதுக்கப்பட்ட தொகுதிகளில் முஸ்லிம் வேட்பாளர்களுக்கு மட்டுமே வாக்களிக்க முடியும்.

9
கதர் இயக்கம்
(1914)

1914 ஆம் ஆண்டு முதல் உலகப் போர் வெடித்தது இந்தியர்களின் தேசிய உணர்வுகளுக்கு உத்வேகம் அளித்தது. லோகமான்ய திலக் மற்றும் அன்னி பெசன்ட் ஆகியோரால் ஹோம் ரூல் லீக் முதல் உலகப் போரின் போது உருவாக்கப்பட்டது. அதே நேரத்தில், ஒரு புரட்சிகர இயக்கம் பிரபலமடைந்தது - கதர் இயக்கம். (குறிப்பு: கதர் என்ற சொல்லுக்கு 'கிளர்ச்சி' என்று பொருள்) கதர் இயக்கம் என்பது இந்தியாவில் பிரிட்டிஷ் ஆட்சியைத் தூக்கியெறிவதற்காக புலம்பெயர்ந்த இந்தியர்களால் நிறுவப்பட்ட ஒரு சர்வதேச அரசியல் இயக்கமாகும். ஆரம்பகால உறுப்பினர்கள் பெரும்பாலும் அமெரிக்கா மற்றும் கனடாவின் மேற்குக் கடற்கரையில் வாழ்ந்து பணிபுரிந்த பஞ்சாபி இந்தியர்களால் ஆனது. இந்த இயக்கம் பின்னர் இந்தியா மற்றும் உலகெங்கிலும் உள்ள இந்திய புலம்பெயர் சமூகங்களுக்கும் பரவியது. ஆரம்பத்தில் முக்கிய தலைவர் பகவான் சிங், ஹாங்காங் மற்றும் மலாய் மாநிலங்களில் பணியாற்றிய சீக்கிய பாதிரியார். பின்னர் ஹர் தயாள் தலைமை ஏற்று கதர் இயக்கத்தில் முக்கிய பங்கு வகித்தார். வைஸ்ராய் மீதான தாக்குதலைப் பாராட்டி யுகாந்தர் சுற்றறிக்கையை அவர் வெளியிட்டார். அமெரிக்காவில் உள்ள இந்தியர்கள் அமெரிக்காவுக்கு எதிராகப் போராட வேண்டாம் என்றும், அமெரிக்காவில் உள்ள சுதந்திரத்தைப் பயன்படுத்தி ஆங்கிலேயர்களை எதிர்த்துப் போராட வேண்டும் என்றும் அவர் கேட்-

டுக் கொண்டார். கதர் போராளிகள் பஞ்சாபி புலம்பெயர்ந்த தொழிலாளர்களில் பெரும்பாலோர் பணிபுரிந்த ஆலைகள் மற்றும் பண்ணைகளுக்குச் சென்று, பரந்த அளவில் சுற்றுப்பயணம் செய்தனர். யுகந்தர் ஆசிரமம் இந்த அரசியல் ஊழியர்களின் இல்லமாகவும் தலைமையகமாகவும் புகலிடமாகவும் மாறியது.

10

கோமகதாமரு சம்பவம்

கோமகதாமரு சம்பவம் ஜப்பானிய நீராவி கப்பலான கோமகதாமருஜ உள்ளடக்கியது, அதில் பிரிட்டிஷ் இந்தியாவிலிருந்து ஒரு குழு ஏப்ரல் 1914 இல் கனடாவிற்கு குடிபெயர முயன்றது. பெரும்பாலான கப்பல் பயணிகள் நுழைய மறுக்கப்பட்டனர் மற்றும் கல்கத்தாவிற்கு (தற்போ-தைய கொல்கத்தா) திரும்ப வேண்டிய கட்டாயம் ஏற்பட்டது. அங்கு, இந்திய இம்பீரியல் போலீஸ் குழு தலைவர்களை கைது செய்ய முயன்-றது. கலவரம் வெடித்தது, அவர்கள் மீது காவல்துறை துப்பாக்கிச் சூடு நடத்தியது, இதன் விளைவாக 22 பேர் கொல்லப்பட்டனர். வழியில் எங்கும் - அவர்கள் கப்பலில் சேர்ந்த இடத்தில் கூட - கல்கத்தாவில் மட்டும் - எந்தப் பயணிகளும் இறங்கக் கூடாது என்று பிரிட்டிஷ் அரசு உத்தரவு பிறப்பித்தது. இது இந்திய சமூகத்தினரிடையே வெறுப்பு மற்றும் கோபத்தின் அலையைத் தூண்டியது மற்றும் பிரிட்டிஷ் எதிர்ப்பு அணி-திரட்டலுக்கான சந்தர்ப்பமாக மாறியது. பர்கத்துல்லா மற்றும் தாரக் நாத் தாஸ் போன்ற பல கெதர் தலைவர்கள், கோமகதா மாரு சம்பவத்தைச் சுற்றியுள்ள எரிச்சலூட்டும் உணர்ச்சிகளை ஒரு அணிதிரட்டல் புள்ளி-யாகப் பயன்படுத்தினர் மற்றும் வட அமெரிக்காவில் உள்ள பல அதி-ருப்தி இந்தியர்களை வெற்றிகரமாக கட்சிக்குள் கொண்டு வந்தனர்.

11
காதரின் பலவீனம்

ஆயுதமேந்திய கிளர்ச்சியை ஏற்பாடு செய்வதற்கு முன் அவசியமான நிறுவன, சித்தாந்த, மூலோபாய, தந்திரோபாய, நிதி என ஒவ்வொரு மட்டத்திலும் தேவையான தயாரிப்பின் அளவை கெதர் தலைவர்கள் முற்றிலும் குறைத்து மதிப்பிட்டனர். கிட்டத்தட்ட இல்லாத நிறுவன அமைப்பு; கதர் இயக்கம் அவர்களின் திறமையான அமைப்பை விட போராளிகளின் உற்சாகத்தால் நீடித்தது. இயக்கத்தின் பல்வேறு அம்சங்களை ஒருங்கிணைக்கும் திறன் கொண்ட ஒரு பயனுள்ள மற்றும் நீடித்த தலைமையை உருவாக்க இயக்கம் தவறிவிட்டது. ஹர் தயாளின் கருத்துக்கள் ஒரு கட்டமைக்கப்பட்ட பார்வையை உருவாக்கவில்லை, ஆனால் அவ்வப்போது அவரைக் கவர்ந்த பல்வேறு கோட்பாடுகளின் கலவையாக இருந்தது. ஒரு வெகுஜன அடிப்படை இல்லாததால், சிறிய இரகசிய குழுக்களில் இயங்கிய தனிப்பட்ட புரட்சியாளர்களின் குறிப்பிடத்தக்க வீரம் இருந்தபோதிலும், வலுவான காலனித்துவ அரசின் அடக்குமுறையை இயக்கத்தால் தாங்க முடியவில்லை. ஹர் தயாள் கைது செய்யப்பட்டதன் மூலம் கதர் இயக்கம் திடீரென முடிவுக்கு வந்தது.

12
ஹோம் ரூல் இயக்கம் (1916-1918)

அன்னி பெசன்ட் மற்றும் பாலகங்காதர திலகர் தலைமையில் ஹோம் ரூல் இயக்கம் இந்தியாவின் சுதந்திரப் போராட்டத்திற்கு களம் அமைத்த ஒரு முக்கியமான அரசியல் இயக்கமாகும். சுதந்திர சிந்தனை, தீவிரவாதம், ஃபேபியனிசம் மற்றும் இறையியல் ஆகியவற்றின் ஆதரவாளராக இருந்த அன்னி பெசன்ட், தியோசாபிகல் சொசைட்டியில் பணியாற்றுவதற்காக 1893 இல் இந்தியாவுக்கு வந்தார். 1914 ஆம் ஆண்டில், அவர் தனது செயல்பாடுகளின் கோளத்தை விரிவுபடுத்த முடிவு செய்தார். ஐரிஷ் ஹோம் ரூல் லீக்கின் வழியில் ஹோம் ரூலுக்கான இயக்கத்தைத் தொடங்கினார். மிதவாதிகள் மற்றும் தீவிரவாதிகள் இருவரின் ஒத்துழைப்பும் தேவை என்பதை அவள் உணர்ந்தாள். 1915 காங்கிரஸின் வருடாந்திர அமர்வில், மிதவாதிகளுடன் தீவிரவாதிகள் மீண்டும் காங்கிரஸில் சேர அனுமதிக்கப்பட வேண்டும் என்று முடிவு செய்யப்பட்டது. திலகர் பம்பாய் மாகாணத்தில் ஹோம் ரூல் லீக்கை அமைத்தார். இரண்டு லீக்குகளும் வெவ்வேறு பகுதிகளில் வேலை செய்தன. திலகர் ஹோம் ரூல் பிரச்சாரத்தை ஊக்குவித்தார், இது ஸ்வராஜ்ஜின் கேள்வியை மொழிவாரி மாநிலங்கள் மற்றும் வடமொழி ஊடகத்தில் கல்-

விக்கான கோரிக்கையுடன் இணைக்கிறது. கோகலேயின் சர்வண்ட்ஸ் ஆஃப் இந்தியா சொசைட்டியின் உறுப்பினர்கள், லீக்கின் உறுப்பினர்களாக இருக்க அனுமதிக்கப்படவில்லை என்றாலும், விரிவுரை சுற்றுப்பயணங்கள் மற்றும் துண்டு பிரசுரங்களை வெளியிடுவதன் மூலம் ஹோம் ரூல் கோரிக்கையை ஊக்குவித்தனர். 1916 டிசம்பரில் லக்னோவில் நடைபெற்ற காங்கிரஸ் மாநாட்டின் போது, புகழ்பெற்ற காங்கிரஸ்-லீக் ஒப்பந்தம் அறிவிக்கப்பட்டது. மதன் மோகன் மாளவியா உட்பட பல முக்கிய தலைவர்களின் விருப்பத்திற்கு மாறாக காங்கிரஸுக்கும் லீக்கிற்கும் இடையே இந்த ஒப்பந்தத்தை ஏற்படுத்தியதில் திலக் மற்றும் அன்னி பெசன்ட் இருவரும் பங்கு வகித்தனர். இந்த ஒப்பந்தம் லக்னோ ஒப்பந்தம் என்று பிரபலமாக அறியப்படுகிறது, அங்கு முஸ்லிம்களுக்கு தனித் தொகுதிகள் ஏற்றுக்கொள்ளப்பட்டன. ஹோம் ரூல் இயக்கத்தின் திருப்புமுனையானது 1917 இல் திருமதி பெசன்ட் மற்றும் அவரது கூட்டாளிகளான பி. வாடியா மற்றும் ஜார்ஜ் அருண்டேல் கைது செய்யப்பட்டுள்ளனர். மாண்டேக் பிரகடனம் ஒரு சமரச முயற்சியின் அடையாளமாக பிரிட்டிஷ் அரசாங்கத்தால் அறிமுகப்படுத்தப்பட்டது. இனிமேல், ஹோம் ரூல் அல்லது சுய-அரசு இயக்கம் ஒரு தேசத்துரோகச் செயலாகக் கருதப்படவில்லை. இருப்பினும், ஆங்கிலேயர்கள் சுயராஜ்யத்தை வழங்க தயாராக இருந்தனர் என்று இது அர்த்தப்படுத்தவில்லை. 1920 இல் அகில இந்திய ஹோம் ரூல் லீக் அதன் பெயரை ஸ்வராஜ்ய சபா என மாற்றியது. ஹோம் ரூல் இயக்கத்தின் முக்கிய சாதனை என்னவென்றால், தேசிய இயக்கத்தின் முதுகெலும்பாக உருவான தீவிர தேசியவாதிகளின் தலைமுறையை அது உருவாக்கியது. பிந்தைய ஆண்டுகளில், மகாத்மா காந்தியின் தலைமையில், இந்திய சுதந்திரப் போராட்டம் அதன் உண்மையான வெகுஜன கட்டத்தில் நுழைந்தது.

13
பீகாரில் சம்பரன் இயக்கம் (1917)

மகாத்மா காந்தி, தென்னாப்பிரிக்காவில் நிறவெறிக்கு எதிராக (கறுப்பர்-களுக்கு எதிரான இனப் பாகுபாடு) ஏறக்குறைய இருபது ஆண்டுகள் போராடிய பிறகு, 1915 இல் இந்தியாவுக்குத் திரும்பினார். கோகலேவின் ஆலோசனையின் பேரில், இந்தியர்களின் பிரச்சினைகளைப் புரிந்து-கொள்வதற்காக அவர் ஒரு வருடம் பிரிட்டிஷ் இந்தியாவைச் சுற்றி வந்-தார். அவர் ஆரம்பத்தில் அரசியல் விவகாரங்களில் இருந்து விலகி இருந்தார், இந்த நேரத்தில் வேகத்தை கூட்டிய ஹோம் ரூல் இயக்கம் உட்பட. மகாத்மா காந்தி 1917 ஆம் ஆண்டு பீகாரில் உள்ள சம்பரா-னில் அடக்குமுறை ஐரோப்பிய இண்டிகோ தோட்டக்காரர்களுக்கு எதி-ராக சத்தியாகிரகத்தின் மூலம் தனது சோதனைகளைத் தொடங்கினார். சம்பாரன் பிரச்சினை உண்மையில் 19 ஆம் நூற்றாண்டின் முற்பகுதி-யில் தொடங்கியது, ஐரோப்பிய தோட்டக்காரர்கள் இந்திய விவசாயிக-ளுடன் ஒப்பந்தங்களைச் செய்துகொண்டனர், அது அவர்களின் 3/20 பங்கு நிலத்தில் (திங்காதியா அமைப்பு என அறியப்படுகிறது) இண்-டிகோவை பயிரிட கட்டாயப்படுத்தியது. இண்டிகோ சாகுபடிக்குப் பின்-னால் ஆங்கிலேயர்களால் மேற்கொள்ளப்பட்ட சுரண்டல் நடவடிக்கை-களின் காரணமாக, தோட்டக்காரர்கள் மற்றும் விவசாயிகள் மத்தியில் எதிர்ப்பு வெளிப்பட்டது. 1908 ஆம் ஆண்டில் ராஜ் குமார் சுக்லா என்ற உள்ளூர் மனிதர் காந்திஜியை பிரச்சனையை விசாரிக்க சம்பாரணுக்கு

வருமாறு வற்புறுத்தினார். காந்தி சம்பாரனை அடைந்தார், ஆனால் ஆணையரின் எதிர்ப்பை எதிர்கொண்டார், அவர் உடனடியாக மாவட்டத்தை விட்டு வெளியேற உத்தரவிட்டார். காந்திஜி மறுத்துவிட்டார். அவர் சட்டத்தை மீறியதற்காக தண்டனையை அனுபவிக்க விரும்பினார். இந்த நடவடிக்கை அசாதாரணமானது, ஏனென்றால் ஹோம் ரூல் தலைவர்கள் கூட அரசாங்கத்திற்குக் கீழ்ப்படிந்தனர். பிரிட்டிஷ் இந்திய அரசாங்கம் ஒரு சர்ச்சையை உருவாக்க விரும்பவில்லை மற்றும் உள்ளூர் அரசாங்கத்தை பின்வாங்க உத்தரவிட்டது. அவர்கள் காந்திஜியை அவரது விசாரணையைத் தொடர அனுமதித்தனர் மற்றும் அரசாங்கத்தின் விசாரணை உறுப்பினர்களில் ஒருவராகவும் அவரை நியமித்தனர். இதற்கிடையில், பிரிஜ் கிஷோர், ராஜேந்திர பிரசாத் மற்றும் பீகார் அறிவுஜீவிகளின் பிற உறுப்பினர்களுடன் இணைந்து விவசாயிகளின் குறைகளை காந்திஜி விசாரிக்கத் தொடங்கினார். ஜே.பி.கிருபாலானி கிராமங்கள் தோறும் சுற்றுப்பயணம் செய்து விவசாயிகளின் வாக்குமூலங்களை பதிவு செய்தார். திங்காதியா முறை ஒழிக்கப்பட வேண்டும் என்றும் விவசாயிகளின் நிலுவைத் தொகையை சட்டவிரோதமாக உயர்த்தியதற்காக அவர்களுக்கு இழப்பீடு வழங்கப்பட வேண்டும் என்றும் ஆணையத்தை நம்ப வைப்பதில் காந்திஜிக்கு சிறிது சிரமம் இல்லை. கமிஷன் நிறுவனர் தோட்டக்காரர்கள் சுரண்டல் குற்றவாளிகள். விசாரணை கமிஷன் விவசாயிகளுக்கு பணத்தை திரும்ப வழங்க முடிவு செய்தது. காந்தி 50% கேட்டார். ஆனால் தோட்டக்காரர்களின் பிரதிநிதி 25% அளவுக்குத் திருப்பித் தர முன்வந்தார். முட்டுக்கட்டையை உடைக்கும் வகையில், விவசாயிகளுக்கு 25 சதவீத பணத்தைத் திரும்ப அளிக்க காந்திஜி ஒப்புக்கொண்டார். காந்தியைப் பொறுத்தவரை, பணம் அல்ல, கொள்கைகள் மிக முக்கியமானவை. அவரது நம்பிக்கையில், பிரிட்டிஷ் நிலப்பிரபுக்களின் சமர்ப்பிப்பு பணத்தைத் திரும்பப்பெறும் சதவீதத்தை விட முக்கியமானது.

14

குஜராத்தில் அகமதாபாத் சத்தியாக்கிரகம் (1918)

அகமதாபாத்தில், 'பிளேக் போனஸ்' கேள்வி தொடர்பாக தொழிலாளர்களுக்கும் மில் உரிமையாளர்களுக்கும் இடையே தகராறு ஏற்பட்டது. தொற்றுநோய் கடந்தவுடன் முதலாளிகள் போனஸைத் திரும்பப் பெற விரும்பினர், ஆனால் தொழிலாளர்கள் அதைத் தொடர வலியுறுத்தினர். பிரிட்டிஷ் ஆட்சியர் காந்திஜியிடம் சமரசம் செய்து கொள்ளச் சொன்னார். காந்திஜி ஆலை உரிமையாளர்களையும் தொழிலாளர்களையும் நடுவர் மன்றத்திற்கு ஒப்புக்கொள்ளும்படி வற்புறுத்தினார். தொழிலாளர்கள் 50% ஊதிய உயர்வு கோரினர், ஆலை உரிமையாளர்கள் இருபது சதவீத ஊதிய உயர்வு மட்டுமே வழங்கினர். அதை ஏற்காத அனைத்து தொழிலாளர்களையும் பணி நீக்கம் செய்வதாக மிரட்டினர். காந்திஜி தொழிலாளர்கள் வேலைநிறுத்தம் செய்ய அறிவுறுத்தினார். அவரே தொழிலாளர்களுக்காக உண்ணாவிரதத்தைத் தொடங்கினார். தொழிலாளர்களுக்கு குறைந்தபட்சம் முப்பத்தைந்து சதவீத ஊதிய உயர்வு கிடைக்க வேண்டும் என்பது காந்திஜியின் தனித்தன்மை. இறுதியாக,

தொழிலாளர்கள் கோரிய முப்பத்தைந்து சதவீத உயர்வுக்கு மில் உரிமை-யாளர்கள் ஒப்புக்கொண்டதையடுத்து வேலைநிறுத்தம் வாபஸ் பெறப்பட்-டது. இந்தப் போராட்டத்தில் காந்திஜியின் முக்கிய லெப்டினன்ட்களில் ஒருவர் அனசுயா பென்.

15
குஜராத்தில் கேடா சத்தியாகிரகம் (1918)

குஜராத்தின் கேடா மாவட்டம் பயிர்கள் கருகியதால் பஞ்சத்தின் விளிம்பில் இருந்தது. மகசூல் மிகவும் குறைவாக இருந்ததால், விவசாயிகள் வருமானத்தை செலுத்த முடியவில்லை. ஆனால் விவசாயிகள் வரி செலுத்த வேண்டும் என அரசு வலியுறுத்தியது. உழவர்களின் நியாயத்தை காந்தி கண்டார். இந்திய பணியாளர்கள் சங்கத்தின் உறுப்பினர்கள் மற்றும் வித்தல்பாய் படேல் ஆகியோரின் விசாரணைகளும் விவசாயிகளின் வழக்கின் உண்மைத்தன்மையை உறுதிப்படுத்தின. காந்திஜி வரி செலுத்துவதை நிறுத்தி வைக்குமாறு அறிவுறுத்தினார், மேலும் 'பழிவாங்கும் மற்றும் கொடுங்கோன்மைக்கு எதிராக சாகும்வரை போராட வேண்டும்' என்று விவசாயிகளை கேட்டுக் கொண்டார். ஏற்கனவே பிளேக், விலைவாசி, வறட்சி போன்றவற்றால் பாதிக்கப்பட்டிருந்த கெடா விவசாயிகள், பணம் செலுத்தக்கூடிய விவசாயிகளிடமிருந்து மட்டுமே வருமானம் ஈட்டப்பட வேண்டும் என்று அரசு ரகசிய உத்தரவு பிறப்பித்ததை காந்திஜி அறிந்தபோது பலவீனத்தின் அறிகுறிகளைக் காட்டினர். வசதி படைத்த விவசாயிகள் பணம் செலுத்தினால், ஏழைப் பிரிவினர் இடைநீக்கம் செய்யப்படுவார்கள் என்று அரசு கூறியது. இதற்கு ஒப்புக்கொள்-

ளப்பட்டு பிரச்சாரம் முடிவுக்கு வந்தது. கேடா சத்தியாகிரகம் குஜராத் விவசாயிகளிடையே ஒரு விழிப்புணர்வின் தொடக்கத்தைக் குறித்தது, அவர்களின் உண்மையான அரசியல் கல்வியின் தொடக்கமாகும். கூடுதலாக, படித்த பொது ஊழியர்களுக்கு விவசாயிகளின் உண்மையான வாழ்க்கையுடன் தொடர்பை ஏற்படுத்துவதற்கான வாய்ப்பை வழங்கியது.

16
ரவுலட் சத்தியாகிரகம்
(1919)

1914-18 முதல் உலகப் போரின் போது, ஆங்கிலேயர்கள் பத்திரிகை தணிக்கையை நிறுவினர் மற்றும் விசாரணையின்றி காவலில் வைக்க அனுமதித்தனர். 1919 ஆம் ஆண்டின் அராஜக மற்றும் புரட்சிகர குற்றங்கள் சட்டம், ரௌலட் சட்டம் என்று பிரபலமாக அறியப்பட்டது, 1919 ஆம் ஆண்டு மார்ச் 18 ஆம் தேதி டெல்லியில் உள்ள இம்பீரியல் லெஜிஸ்லேட்டிவ் கவுன்சிலால் நிறைவேற்றப்பட்டது, காலவரையற்ற தடுப்புக்காவல், விசாரணையின்றி சிறையில் அடைத்தல் மற்றும் பாதுகாப்பில் இயற்றப்பட்ட நீதித்துறை மறுஆய்வு ஆகிய அவசரகால நடவடிக்கைகளை காலவரையின்றி நீட்டித்தது. முதல் உலகப் போரின் போது இந்தியாவின் சட்டம் 1915. இந்தியப் பாதுகாப்புச் சட்டத்தின் பின்னடைவைச் செயல்படுத்தும் என்று அரசாங்கம் உணர்ந்த போரின் போது இதேபோன்ற சதித்திட்டங்களில் மீண்டும் ஈடுபடும் அமைப்புகளுக்கு புரட்சிகர தேசியவாதிகளின் அச்சுறுத்தலின் வெளிச்சத்தில் இது இயற்றப்பட்டது. சர் சிட்னி ரௌலட் தலைமையிலான தேச துரோகக் குழுவின் பரிந்துரையின் பேரில் இந்தச் சட்டம் நிறைவேற்றப்பட்டது. மனிதாபிமானமற்ற ரவுலட் சட்டத்திற்கு எதிராக காந்திஜி சத்தியாக்கிரகத்தைத் தொடங்கினார். குறிப்பாக பஞ்சாபில் போராட்டங்கள் கடுமையாக இருந்ததால், காந்திஜி இங்கு செல்லும்போது கைது செய்யப்பட்டார்.

17
ஜாலியன் வாலாபாக் படுகொலை (1919)

1919 இல் ரவுலட் சட்டம் நிறைவேற்றப்பட்டதன் விளைவாக இந்தியா முழுவதும் பெரிய அளவிலான அரசியல் அமைதியின்மை ஏற்பட்டது. பஞ்சாப் மாநிலம் அமிர்தசரஸில் உள்ள ஜாலியன் வாலாபாக் பகுதியில் இந்திய சுதந்திர ஆதரவு தலைவர்களான டாக்டர் சைபுதீன் கிட்ச்லேவ் மற்றும் டாக்டர் சத்ய பால் கைது செய்யப்பட்டதற்கு எதிர்ப்பு தெரிவித்து அமைதியான மக்கள் கூட்டம் ஒன்று கூடியது. பொதுக் கூட்டத்திற்கு பதில், பிரிட்டிஷ் பிரிகேடியர் ஜெனரல் ஆர்.இ.எச்.டயர் தனது வீரர்களுடன் பாக்கை சுற்றி வளைத்தார். நூற்றுக்கணக்கானவர்களைக் கொன்ற தேசியவாதக் கூட்டத்தில் துப்பாக்கிச் சூடு நடத்த ஜெனரல் டயர் தனது படைகளுக்கு உத்தரவிட்டார். ஜாலியன் வாலாபாக் கொடூரம் ஒட்டுமொத்த தேசத்தையும் வியப்பில் ஆழ்த்தியது. இந்த நிகழ்வு பல மிதவாத இந்தியர்கள் ஆங்கிலேயர்களுக்கு தங்கள் முந்தைய விசுவாசத்தை கைவிட்டு, பிரிட்டிஷ் ஆட்சியின் மீது அவநம்பிக்கை கொண்ட தேசியவாதிகளாக மாறியது.

18

ஒத்துழையாமை இயக்கம் (1920)

காந்திஜி பிரிட்டிஷ் ஆட்சியுடன் ஒத்துழையாமை பிரச்சாரத்திற்கு அழைப்பு விடுத்தார். காலனித்துவம் முடிவுக்கு வர விரும்பும் இந்தியர்கள் பள்ளிகள், கல்லூரிகள் மற்றும் சட்ட நீதிமன்றங்களுக்குச் செல்வதை நிறுத்துமாறு கேட்டுக் கொள்ளப்பட்டனர். வரி செலுத்த

வேண்டாம் என்று கேட்டுக் கொண்டனர். மொத்தத்தில், "பிரிட்டிஷ் அரசாங்கத்துடனான அனைத்து தன்னார்வத் தொடர்பைத் துறந்து" கடைப்பிடிக்குமாறு அவர்கள் கேட்டுக் கொள்ளப்பட்டனர். ஒத்துழையாமையை திறம்பட செயல்படுத்தினால் இந்தியா ஒரு வருடத்தில் சுயராஜ்ஜியத்தை வெல்லும் என்று காந்திஜி கூறினார். நாக்பூரில் காங்கிரஸின் வருடாந்திர கூட்டத்தொடரில், சி.ஆர்.தாஸ் ஒத்துழையாமை குறித்த முக்கிய தீர்மானத்தை முன்வைத்தார். புரட்சிகர பயங்கரவாதிகளின் பல குழுக்கள், குறிப்பாக வங்காளத்தில், இயக்கத்திற்கு ஆதரவளிப்பதாக உறுதியளித்தனர். காங்கிரஸின் குறிக்கோள், இந்த நேரத்தில், அரசியலமைப்பு வழிமுறைகளால் சுயராஜ்யத்தை அடைவதில் இருந்து அமைதியான வழிகளில் சுயராஜ்யத்தை அடைவதாக மாறியது.

19

கிலாபத் இயக்கம் (1919-24)

கிலாபத் இயக்கம் என்பது முஸ்லீம்களின் தலைவராகக் கருதப்பட்ட ஓட்டோமான் கலிபாவின் கலீபாவை மீட்டெடுக்க பிரிட்டிஷ் இந்தியாவின் முஸ்லிம்களால் தொடங்கப்பட்ட அரசியல் எதிர்ப்புப் பிரச்சாரமாகும். இந்திய சுதந்திரப் போராட்டத்தை மேலும் விரிவுபடுத்த காந்திஜி கிலாபத் இயக்கத்துடன் கைகோர்த்தார். 1922 இன் பிற்பகுதியில் துருக்கி மிகவும் சாதகமான இராஜதந்திர நிலையைப் பெற்று தேசியவாதத்தை நோக்கி நகர்ந்தபோது இந்த இயக்கம் சரிந்தது. 1924 வாக்கில், துருக்கி கலீஃபாவின் பங்கை ஒழித்தது. இருப்பினும், ஒத்துழையாமை இயக்கத்தில் முஸ்லீம்களின் மகத்தான பங்கேற்பு மற்றும் மலபார் வளர்ச்சிகள் இருந்தபோதிலும், வகுப்புவாத ஒற்றுமையைப் பேணியது, அதுவே எந்த ஒரு சராசரி சாதனையும் இல்லை.

20
சௌரி சௌரா சம்பவம் (1922)

4 பிப்ரவரி 1922 அன்று, சௌரி சௌராவில் (நவீன உத்தரபிரதேசத்தில் ஒரு இடம்), ஒத்துழையாமை இயக்கத்தில் பங்கேற்ற ஒரு பெரிய குழுவை நோக்கி பிரிட்டிஷ் காவல்துறை துப்பாக்கிச் சூடு நடத்தியது. பதிலடியாக, ஆர்ப்பாட்டக்காரர்கள் ஒரு காவல் நிலையத்தைத் தாக்கி தீ வைத்தனர், அதில் இருந்த அனைவரையும் கொன்றனர். இந்த சம்பவத்தில் 3 பொதுமக்கள் மற்றும் 22 போலீசார் உயிரிழந்தனர். வன்முறைக்கு எதிராக கடுமையாக இருந்த மகாத்மா காந்தி, சௌரி சௌரா சம்பவத்தின் நேரடி விளைவாக 1922 பிப்ரவரி 12 அன்று தேசிய அளவில் ஒத்துழையாமை இயக்கத்தை நிறுத்தினார். காந்தியின் முடிவை மீறி, கைது செய்யப்பட்ட 19 ஆர்ப்பாட்டக்காரர்களுக்கு மரண தண்டனையும் 14 பேருக்கு ஆயுள் தண்டனையும் பிரிட்டிஷ் காலனி அதிகாரிகளால் விதிக்கப்பட்டது. மோதிலால் நேரு, சி.ஆர்.தாஸ், ஜவஹர்லால் நேரு, சுபாஸ் போஸ் மற்றும் பலர் காந்திஜியின் கருத்துக்களில் தங்கள் கருத்து வேறுபாடுகளைப் பதிவு செய்தனர்.

21

குஜராத்தில் பர்தோலி சத்தியாகிரகம் (1928)

ஜனவரி 1926 இல், தாலுக்கின் நில வருவாய் தேவையை மறுமதிப்பீடு செய்யும் கடமையை பொறுப்பேற்ற அதிகாரி, தற்போதுள்ள மதிப்பீட்டை விட 30% அதிகரிக்க பரிந்துரை செய்தார். காங்கிரஸ் தலைவர்கள் இந்த விலை உயர்வுக்கு எதிர்ப்புத் தெரிவித்ததோடு, பர்தோலி விசாரணைக் குழுவையும் அமைத்தனர். ஜூலை 1927 இல், அரசாங்கம் விரிவாக்கத்தை 21.97 சதவீதமாகக் குறைத்தது. ஆனால் சலுகைகள் மிகவும் சொற்பமானவை மற்றும் யாரையும் திருப்திப்படுத்த மிகவும் தாமதமாக வந்தன. அரசியலமைப்புத் தலைவர்கள் இப்போது விவசாயிகளுக்கு தற்போதைய தொகையை மட்டும் செலுத்தி, உயர்த்தப்பட்ட தொகையை நிறுத்தி வைப்பதன் மூலம் எதிர்க்குமாறு அறிவுறுத்தத் தொடங்கினர். அரசியலமைப்புத் தலைமையின் வரம்புகள் படிப்படியாகத் தெளிவாகத் தெரிந்ததால், பிரச்சாரத்தை வழிநடத்த வல்லபாய் படேல் அழைக்கப்பட்டார். வல்லபாயின் கோரிக்கையை அரசாங்கம் புறக்கணித்தது, இதன் விளைவாக பர்தோலி சத்தியாகிரகம் தொடங்கியது. குஜராத்தில் உள்ள சூரத் மாவட்டத்தில் உள்ள பர்தோலி தாலுகாவில் 1928 இல் வரி இல்லா இயக்கம் தொடங்கப்பட்டது. கூட்டங்கள், உரை-

கள், துண்டு பிரசுரங்கள் மற்றும் வீடு வீடாக வற்புறுத்துதல் மூலம் விரிவான பிரச்சாரம் மூலம் முக்கிய அணிதிரட்டல் செய்யப்பட்டது. பெண்களை அணிதிரட்டுவதில் சிறப்பு கவனம் செலுத்தப்பட்டது மற்றும் பல பெண் ஆர்வலர்கள் இந்த நோக்கத்திற்காக நியமிக்கப்பட்டனர். பம்பாய் சட்டமன்ற உறுப்பினர்கள் கே.எம். இந்திய வணிகர் சங்கத்தின் பிரதிநிதிகளான முன்ஷி மற்றும் லால்ஜி நாரஞ்சி ஆகியோர் தங்கள் பதவிகளை ராஜினாமா செய்தனர். அரசு விசாரணை நடத்த வேண்டிய கட்டாயம் ஏற்பட்டது. நீதித்துறை அதிகாரி புரூம்ஃபீல்டு மற்றும் வருவாய் அதிகாரி மேக்ஸ்வெல் ஆகியோர் விசாரணை நடத்தினர். அதிகரிப்பு நியாயமற்றது என்ற முடிவுக்கு வந்தனர். பின்னர் அரசாங்கம் விரிவாக்கத்தை 6.03 சதவீதமாகக் குறைத்தது.

22
பூர்ண ஸ்வராஜ் அல்லது முழுமையான சுதந்திரப் பிரச்சாரம் (1929)

1929 லாகூர் அமர்வில், ஜவஹர்லால் நேரு INC இன் தலைவராக நியமிக்கப்பட்டார், அவர் 'பூர்ண ஸ்வராஜ்' அல்லது முழுமையான சுதந்திரத்தை மட்டுமே இந்தியர்கள் பாடுபடக்கூடிய ஒரே கௌரவமான இலக்காக அறிவித்தார். 1929ஆம் ஆண்டு டிசம்பர் 31ஆம் தேதி நள்ளிரவில் ராவி நதிக்கரையில் இந்திய சுதந்திரத்தின் மூவர்ணக் கொடி ஏற்றப்பட்டது. புத்தாண்டில் காங்கிரசு தன்னைத்தானே முன்வைத்த முதல் பணி, நாடு முழுவதும் பொதுக் கூட்டங்களை ஏற்பாடு செய்வதாகும், அதில் ஜனவரி 26 அன்று சுதந்திர உறுதிமொழி வாசிக்கப்பட்டு கூட்டாக உறுதிப்படுத்தப்படும்.

23

கீழ்ப்படியாமை இயக்கம் மற்றும் தண்டி மார்ச் (1930)

காங்கிரஸின் லாகூர் அமர்வு (1929) வரி செலுத்தாதது உட்பட சிவில் ஒத்துழையாமை திட்டத்தைத் தொடங்க பணிக்குழுவுக்கு அங்கீகாரம் அளித்தது. 11 புள்ளிகள் வடிவில் குறைந்தபட்ச கோரிக்கைகளைக் கூறி, லார்டு இர்வினுக்கு காந்தியின் இறுதி எச்சரிக்கை புறக்கணிக்கப்பட்டது, இப்போது ஒரே ஒரு வழி உள்ளது: கீழ்ப்படியாமை. காந்தி கீழ்ப்படியாமையின் முக்கிய கருவியாக உப்பைத் தேர்ந்தெடுத்தார். ஒவ்வொரு இந்திய குடும்பத்திலும், உப்பு இன்றியமையாதது; இருப்பினும், மக்கள் வீட்டு உபயோகத்திற்கு கூட உப்பு தயாரிக்க தடை விதிக்கப்பட்டது, அதிக விலை கொடுத்து கடைகளில் வாங்க வேண்டிய கட்டாயம் ஏற்பட்டது. உப்பு மீதான அரசின் ஏகபோகம் மிகவும் பிரபலமடையவில்லை. உப்பை தனது இலக்காகக் கொண்டு, காந்திஜி பிரிட்டிஷ் ஆட்சிக்கு எதிராக ஒரு பரந்த அதிருப்தியை அணிதிரட்ட நம்பினார். காந்தி, சபர்மதி ஆசிரமத்தின் எழுபத்தெட்டு பேர் கொண்ட குழுவுடன் அகமதாபாத்திலிருந்து தண்டி கடற்கரைக்கு அணிவகுத்துச் செல்-

லத் தொடங்கினார். அங்கு அவர் கடற்கரையில் உப்பு சேகரித்து உப்பு சட்டத்தை மீறினார். ஏப்ரல் 6, 1930 இல், ஒரு கைப்பிடி உப்பை எடுத்துக் கொண்டு, காந்தி கீழ்ப்படியாமை இயக்கத்தை துவக்கினார் - இது இந்திய தேசிய இயக்கத்தின் வரலாற்றில் நாடு தழுவிய வெகுஜன பங்கேற்பிற்காக முறியடிக்கப்படாமல் இருக்க வேண்டும். இந்தியாவின் பிற பகுதிகளைப் போலவே, கீழ்ப்படியாமை இயக்கம் வடமேற்கு எல்லைப்புற மாகாணத்திலும் (கைபர்-பக்தூன்க்வா) தொடங்கப்பட்டது. மாகாணத்தின் மிகவும் பிரபலமான சமூக-அரசியல் அமைப்பான குடாய் கித்மத்கர்கள் இன் உதவியை உள்ளூர் காங்கிரஸ் நாடியது. கான் அப்துல் கஃப்பர் கானின் குடாய் கித்மத்கர்கள், சிவப்பு சட்டைகள் என்று பிரபலமாக அறியப்பட்டவர்கள், கீழ்ப்படியாமை இயக்கத்தில் மிகவும் தீவிரமான பங்கை வகித்தனர். நகரம் குறைந்தது ஒரு வாரத்திற்கு வெகுஜனங்களின் கட்டுப்பாட்டின் கீழ் வந்தது மற்றும் கர்வாலி படைப்பிரிவின் வீரர்கள் நிராயுதபாணியான பேஷ்வர் ஆர்ப்பாட்டங்களின் மீது துப்பாக்கிச் சூடு நடத்த மறுத்துவிட்டனர். ஏப்ரல் 14 அன்று நேரு கைது செய்யப்பட்டதைத் தொடர்ந்து சென்னை, கல்கத்தா மற்றும் கராச்சியில் பொதுமக்கள் போராட்டங்களை நடத்தினர். உப்பு மார்ச் குறைந்தது மூன்று காரணங்களுக்காக குறிப்பிடத்தக்கது: இந்த நிகழ்வுதான் மகாத்மா காந்தியை முதன்முதலில் உலக கவனத்திற்கு கொண்டு வந்தது. பெண்கள் அதிக அளவில் பங்கேற்ற முதல் தேசியவாத நடவடிக்கை இதுவாகும். கமலாதேவி சட்டோபாத்யாய் இந்தப் பிரச்சினைக்காக காந்தியை வற்புறுத்தினார். உப்பு அணிவகுப்புதான் ஆங்கிலேயர்களுக்கு அவர்களின் ராஜ்ஜியம் என்றென்றும் நிலைக்காது என்பதையும், அவர்கள் இந்தியர்களுக்கு சில அதிகாரங்களைப் பகிர்ந்தளிக்க வேண்டும் என்பதையும் உணர்த்தியது.

24
இந்திய அரசு சட்டம் (1935)

இந்தியாவில் அரசியலமைப்பு சீர்திருத்தங்களுக்கான வளர்ந்து வரும் கோரிக்கை பிரிட்டிஷ் பாராளுமன்றத்தை இந்திய அரசு சட்டம் 1935 ஐ இயற்ற வழிவகுத்தது. சட்டம் சில வகையான பிரதிநிதித்துவ அரசாங்கத்திற்கு உறுதியளித்தது. பிரித்தானிய இந்திய மாகாணங்கள் மற்றும் இளவரசர் மாநிலங்களின் ஒன்றியத்தின் அடிப்படையில் அகில இந்திய கூட்டமைப்பை நிறுவுவதற்கு சட்டம் வழங்கியது. பாதுகாப்பு மற்றும் வெளியுறவு விவகாரங்கள் கூட்டாட்சி சட்டமன்றத்தின் கட்டுப்பாட்டிற்கு வெளியே இருக்கும், அதே சமயம் வைஸ்ராய் மற்ற விஷயங்களில் சிறப்புக் கட்டுப்பாட்டை வைத்திருப்பார். பிரிட்டிஷ் அரசாங்கத்தால் நியமிக்கப்பட்ட ஆளுநர்கள் சிறப்பு அதிகாரங்களைத் தக்க வைத்துக் கொண்டனர். குறிப்பாக சிறுபான்மையினர், அரசு ஊழியர்களின் உரிமைகள், சட்டம் மற்றும் ஒழுங்கு மற்றும் பிரிட்டிஷ் வணிக நலன்கள் தொடர்பான சட்டமன்ற மற்றும் நிர்வாக நடவடிக்கைகளை அவர்கள் வீட்டோ செய்ய முடியும். ஒரு மாகாணத்தின் நிர்வாகத்தை பொறுப்பேற்று காலவரையின்றி நடத்தும் அதிகாரமும் ஆளுநருக்கு இருந்தது. 1935 ஆம் ஆண்டு சட்டம் கண்டிக்கப்பட்டது மற்றும் காங்கிரஸால் ஒருமனதாக நிராகரிக்கப்பட்டது. சுதந்திர இந்தியாவுக்கான அரசியல-

மைப்பை உருவாக்க வயது வந்தோர் வாக்குரிமையின் அடிப்படையில் தேர்ந்தெடுக்கப்பட்ட அரசியல் நிர்ணய சபையைக் கூட்ட வேண்டும் என்று காங்கிரஸ் கோரியது.

25
காங்கிரஸ் அமைச்சர்கள் ராஜினாமா (1939)

பிப்ரவரி 1937 இல் நடைபெற்ற மாகாண சபைகளுக்கான தேர்தல்களில் காங்கிரஸ் வெற்றி பெற்றது. அதன் தேர்தல் அறிக்கை 1935 சட்டத்தை முழுமையாக நிராகரித்ததை மீண்டும் உறுதிப்படுத்தியது. ஆயிரக்கணக்கான அரசியல் கைதிகளை விடுதலை செய்ததும், அரசியல் ஊழியர்களை நாடு கடத்தும் உத்தரவுகளை ரத்து செய்ததும் காங்கிரஸ் அரசின் முதல் செயல்களில் ஒன்றாகும். காங்கிரஸ் மாகாணங்களுக்கும் காங்கிரஸ் அல்லாத வங்காளம் மற்றும் பஞ்சாப் மாகாணங்களுக்கும் இடையே உள்ள வேறுபாடு இந்த மண்டலத்தில் மிகவும் தெளிவாகத் தெரிந்தது. பிந்தைய காலத்தில், குறிப்பாக வங்காளத்தில், சிவில் உரிமைகள் தொடர்ந்து கட்டுப்படுத்தப்பட்டன, அவர்கள் ஒருபோதும் கைதிகளை விடுவிக்கவில்லை. இருப்பினும், ஜமீன்தாரி முறையை முற்றிலுமாக அகற்றுவதன் மூலம் விவசாய கட்டமைப்பை முழுமையாக மாற்றியமைக்க காங்கிரஸால் முடியவில்லை. பின்னர் இரண்டாம் உலகப் போர் வெடித்தது. மகாத்மா காந்தியும் ஜவஹர்லால் நேருவும் போர் முடிவுக்கு வந்தவுடன், ஆங்கிலேயர்கள் இந்தியாவுக்கு சுதந்திரம் கொடுப்பதாக உறுதியளித்தால், போர் முயற்சிக்கு காங்கிரஸ் ஆதரவளிப்பதாக

உறுதியளித்தனர். சலுகை மறுக்கப்பட்டது. போரில் ஆங்கிலேயர்களுக்கு அளித்த ஆதரவை காந்தி விலக்கிக் கொண்டார். இந்திய மக்களைக் கலந்தாலோசிக்காமல், இரண்டாம் உலகப் போரில் இந்தியாவை போர்க்குணமிக்கதாக அறிவித்த வைஸ்ராய் லார்ட் லின்லித்கோவின் நடவடிக்கைக்கு எதிர்ப்பு தெரிவித்து, 1939 அக்டோபர் மற்றும் நவம்பர் மாதங்களில் காங்கிரஸ் அமைச்சர்கள் ராஜினாமா செய்தனர். ராஜினாமாக்கள் காங்கிரஸில் இடது மற்றும் வலதுசாரிகளை நெருக்கமாகக் கொண்டுவந்தது, ஏனெனில் போரில் பங்கேற்பது பற்றிய பொதுவான கொள்கையின் காரணமாக.

26

திரிபுரியில் நெருக்கடி (1939)

சுபாஸ் போஸ் 1938 இல் காங்கிரஸின் தலைவராக ஒருமனதாகத் தேர்ந்தெடுக்கப்பட்டார். 1939 இல், அவர் மீண்டும் நிற்க முடிவு செய்தார் - இந்த முறை போராளி அரசியல் மற்றும் தீவிரக் குழுக்களின் செய்தித் தொடர்பாளராக. இருப்பினும், காந்திஜி, சர்தார் படேல், ராஜேந்திர பிரசாத், ஜே.பி.கிருபாலானி ஆகியோரின் ஆசீர்வாதத்துடன் மற்ற தலைவர்கள் பட்டாபி சீதாராமையாவை அந்த பதவிக்கு வேட்பாளராக நிறுத்தினார்கள். படேல் மற்றும் காங்கிரஸின் மற்ற உயர்மட்ட தலைவர்கள் 'வலதுசாரிகள்' என்று போஸ் குற்றம் சாட்டினார். கூட்டமைப்பின் பிரச்சினையில் அரசாங்கத்துடன் சமரசம் செய்து கொள்வதற்காக அவர்கள் செயற்படுவதாக அவர் பகிரங்கமாக குற்றஞ்சாட்டினார். எனவே, ஒரு இடதுசாரி மற்றும் 'உண்மையான கூட்டாட்சி எதிர்ப்பாளருக்கு' வாக்களிக்குமாறு காங்கிரஸ்காரர்களிடம் போஸ் வேண்டுகோள் விடுத்தார். ஆயினும்கூட, உண்மையில், காங்கிரஸுக்குள் 'வலது' மற்றும் 'இடது' என்ற வித்தியாசம் அவ்வளவு தெளிவாக இல்லை மற்றும் பெரும்பாலான காங்கிரஸ்காரர்கள் கூட்டாட்சிக்கு எதிரானவர்கள். சுபாஸ் போஸ் தனது போர்க்குணமிக்க அரசியலின் பிரபலத்தால் ஜனவரி 29 அன்று தேர்தலில் வெற்றி பெற்றார், ஆனால் 1377 க்கு எதிராக 1580 வாக்குகள் வித்தியாசத்தில் மட்டுமே வெற்றி பெற்றார். ஆனால் போஸின் தேர்தல் திரிபுரி காங்கிரஸின் கூட்டத்தொ-

டரில் பெரும் நெருக்கடியை ஏற்படுத்தியது. சீதாராமையாவின் தோல்வி அவரை விட என்னுடையது என்று காந்திஜி அறிவித்தார். போஸ், திரிபுரியில் தனது ஜனாதிபதி உரையில், பிரித்தானிய அரசாங்கத்திற்கு தேசிய சுதந்திரக் கோரிக்கையை வழங்குவதற்கு ஆறு மாத கால அவகாசம் வழங்க வேண்டும் என்றும், அவ்வாறு செய்யத் தவறினால், ஒரு பாரிய சிவில் ஒத்துழையாமை இயக்கத்தைத் தொடங்க வேண்-டும் என்றும் வாதிட்டார். சுபாஸ் போஸ், வெகுஜனங்கள் அத்தகைய போராட்டத்திற்குத் தயாராக இருக்கிறார்கள் என்ற உடனடிப் போராட்-டத்தை நடத்துவதற்கு காங்கிரஸ் போதுமான பலம் வாய்ந்தது என்று நம்பினார். இருப்பினும், காந்தியின் கருத்துக்கள் மிகவும் வேறுபட்டவை. காங்கிரஸோ அல்லது மக்களோ இன்னும் போராட்டத்திற்குத் தயாராக இல்லை என்பதால், இறுதி எச்சரிக்கைக்கு இன்னும் நேரம் வரவில்லை என்று காந்தி நம்பினார். 1939 மார்ச் 8 முதல் 12 வரை நடைபெற்ற திரிபுரி காங்கிரஸ் மாநாட்டில் உள்கட்சி பூசல் உச்சக்கட்டத்தை எட்டி-யது. போஸ் தனது ஆதரவையும் ஜனாதிபதித் தேர்தலில் பெரும்பான்-மையின் அர்த்தத்தையும் முற்றிலும் தவறாக மதிப்பிட்டார். காங்கிரஸ்கா-ரர்கள் அவருக்கு வாக்களித்தது தேசிய இயக்கத்தின் உச்ச தலைவராக இருக்க வேண்டும் என்பதற்காக அல்ல - மாறாக அவரது கொள்கைகள் மற்றும் போர்க்குணமிக்க அரசியலின் காரணமாக. காந்தியின் தலை-மையையோ அல்லது அவரது கருத்துக்களையோ நிராகரிக்க அவர்கள் தயாராக இல்லை. போஸ் தலைவர் பதவியை ராஜினாமா செய்தார். இதனால் அவருக்குப் பதிலாக ராஜேந்திர பிரசாத் தேர்ந்தெடுக்கப்பட்-டார். அதைத் தொடர்ந்து, சுபாஸ் போஸும் அவரது ஆதரவாளர்களும் காங்கிரசுக்குள் புதிய கட்சியாக பார்வர்டு பிளாக்கை உருவாக்கினர். AICC தீர்மானத்திற்கு எதிராக போஸ் போராட்டம் நடத்த திட்டமிட்ட-தால், செயற்குழு, வங்காள மாகாண காங்கிரஸ் கமிட்டியின் தலைவர் பதவியில் இருந்து போஸை நீக்கியதுடன், மூன்று ஆண்டுகள் காங்கி-ரஸ் பதவியில் இருந்தும் அவரைத் தடை செய்தது.

27
தனிநபர் சத்தியாகிரகம் (1940)

காந்திஜி ஒவ்வொரு வட்டாரத்திலும் ஒரு சில தேர்ந்தெடுக்கப்பட்ட நபர்களால் தனிப்பட்ட அடிப்படையில் வரையறுக்கப்பட்ட சத்தியாகிரகத்தைத் தொடங்க முடிவு செய்தார். ஒரு சத்தியாக்கிரகியின் கோரிக்கையானது போரில் பங்கேற்பதற்கு எதிராகப் பிரசங்கிக்க பேச்சுச் சுதந்திரம் ஆகும். சத்தியாகிரகி போர்க்கு எதிரான உரையை அவர் அல்லது அவள் எங்கு செய்யப் போகிறார் என்பதை மாவட்ட ஆட்சியருக்கு முன்பே தெரிவிப்பார். அரசாங்கம் ஒரு சத்தியாக்கிரகியை கைது செய்யவில்லை என்றால், அவர் நிகழ்ச்சியை மீண்டும் செய்யாமல், கிராமங்களுக்குச் சென்று டெல்லியை நோக்கி ஒரு மலையேற்றத்தைத் தொடங்குவார், இதனால் 'டெல்லி சலோ' (தில்லி வரை) என்று அழைக்கப்படும் இயக்கத்தில் பங்கேற்பார். இயக்கம். வினோபா பாவே 17 அக்டோபர் 1940 அன்று முதல் சத்தியாக்கிரகியாகவும், ஜவஹர்லால் நேரு இரண்டாவது சத்தியாக்கிரகியாகவும் இருக்க வேண்டும். தனிநபர் சத்தியாகிரகம் இரட்டை நோக்கத்தை நிறைவேற்றியது -

(1) இந்திய மக்களின் வலுவான அரசியல் உணர்வை வெளிப்படுத்தியது,

(2) இந்திய கோரிக்கைகளை அமைதியான முறையில் ஏற்றுக்கொள்ள பிரிட்டிஷ் அரசுக்கு மற்றொரு வாய்ப்பை வழங்கியது.

28
வெள்ளையனே வெளியேறு இயக்கம் (1942)

இரண்டாம் உலகப் போரின்போது, இந்தியாவில் ஆங்கிலேயர் ஆட்சியை முடிவுக்குக் கொண்டுவரக் கோரி, 1942 ஆகஸ்ட் 8 அன்று மகாத்மா காந்தியால் அகில இந்திய காங்கிரஸ் கமிட்டியின் பம்பாய் அமர்வில் வெள்ளையனே வெளியேறு இயக்கம் தொடங்கப்பட்டது. இப்போராட்டத்தில் நாட்டின் பொது மக்கள் ஈடு இணையற்ற வீரத்தையும் போர்க்குணத்தையும் வெளிப்படுத்தினர். எனினும், அவர்கள் எதிர்கொண்ட அடக்குமுறை தேசிய இயக்கத்திற்கு எதிராக இதுவரை பயன்படுத்தப்படாத மிகக் கொடூரமானது. பம்பாயில் உள்ள கோவாலியா தொட்டியில் நடந்த ஆகஸ்ட் கூட்டத்தில், காந்திஜி முழுமையான சுதந்திரம் மற்றும் ஆங்கிலேயர்களிடமிருந்து துண்டு-உணவு அணுகுமுறை பற்றி குறிப்பிட்டார். அவர் பிரகடனம் செய்தார்: 'செய் அல்லது செத்து மடி' — அதாவது சுதந்திர இந்தியா அல்லது முயற்சியில் இறக்கலாம். அரசு ஊழியர்கள் காங்கிரசுக்கு தங்கள் விசுவாசத்தை வெளிப்படையாக அறிவிக்க வேண்டும் என்றும் ராஜினாமா செய்ய வேண்டாம் என்றும் காந்தி கேட்டுக் கொண்டார். இதற்கிடையில், நாட்டின் பல்வேறு பகுதிகளில் நிலத்தடி நெட்வொர்க்குகள் ஒருங்கிணைக்கப்பட்டன.

அச்யுத் பட்வர்தன், அருணா ஆசப் அலி, ராம் மனோகர் லோஹியா மற்றும் சுசேதா கிருபலானி ஆகியோர் நிலத்தடி நடவடிக்கைகளில் முக்கிய அங்கத்தினர்களாக இருந்தனர். பாலங்களை தகர்த்து, தந்தி மற்றும் தொலைபேசி கம்பிகளை அறுத்து, ரயில்களை தடம் புரளச் செய்வதன் மூலம் தகவல் தொடர்பு சீர்குலைவை ஒழுங்கமைப்பதுதான் நிலத்தடி இயக்கத்தின் செயல்பாடாக இருந்தது. காங்கிரஸ் வானொலி பம்பாய் நகரின் வெவ்வேறு இடங்களில் இருந்து இரகசியமாக இயங்கியது, அதன் ஒலிபரப்பை மெட்ராஸ் வரை கேட்க முடிந்தது. காங்கிரஸ் வானொலியை நடத்தும் சிறு குழுவில் உஷா மேத்தா முக்கியமானவர். வெள்ளையனே வெளியேறு இயக்கத்தின் குறிப்பிடத்தக்க அம்சம், நாட்டின் சில பகுதிகளில் இணை அரசாங்கங்கள் என்று அறியப்பட்டவை. சதாரா (மகாராஷ்டிரா) நீண்ட கால மற்றும் பயனுள்ள இணை அரசாங்கத்தின் தளமாக உருவானது. விவசாய நடவடிக்கைகளின் குறிப்பிடத்தக்க அம்சம், பிரிட்டிஷ் அதிகாரத்தின் சின்னங்களைத் தாக்குவதில் அதன் மொத்தக் கவனம் மற்றும் ஜமீன்தாருக்கு எதிரான வன்முறைச் சம்பவங்கள் எதுவும் இல்லாதது. 1943 பிப்ரவரியில், காந்திஜி, வெள்ளையனே வெளியேறு இயக்கத்தில் மக்கள் நடத்திய வன்முறையைக் கண்டித்துத் தொடர்ந்து ஊக்குவித்து வந்த அரசாங்கத்திற்கு அவர் அளித்த பதில் இதுதான் என்பதால், அவர் காவலில் வைக்கப்பட்டிருந்த ஆகாகான் அரண்மனையில் உண்ணாவிரதத்தை அறிவித்தார். காந்திஜி மக்கள் வன்முறையில் ஈடுபடுவதைக் கண்டிக்க மறுத்தது மட்டுமல்லாமல், அதற்கு அரசாங்கம் பொறுப்பேற்றுக் கொண்டார். வைஸ்ராயின் நிர்வாகக் குழுவின் மூன்று இந்திய உறுப்பினர்களின் ராஜினாமா, எம்.எஸ். அனி, என்.ஆர். சர்கார் மற்றும் ஹெச்.பி. காந்தி பாதிக்கப்படுவதை ஒருபோதும் விரும்பாத மோடி, ஆங்கிலேயர்களுக்கு கடுமையான அடியை ஏற்படுத்தினார். இறுதியாக, ஜூன் 1945 இல் சிம்லா மாநாட்டில் பங்கேற்க காங்கிரஸ் தலைவர்கள் விடுவிக்கப்பட்டனர். ஆகஸ்ட் 1942 முதல் நிலவிய மோதலின் கட்டம் முடிவுக்கு வந்தது.

29

சிம்லா மாநாடு (1945) மற்றும் வேவல் திட்டம்

1945 ஆம் ஆண்டு சிம்லா மாநாடு என்பது இந்தியாவின் வைஸ்ராய் (லார்ட் வேவல்) மற்றும் பிரிட்டிஷ் இந்தியாவின் முக்கிய அரசியல் தலைவர்களுக்கு இடையே சிம்லாவில் உள்ள வைஸ்ரீகல் லாட்ஜில் நடந்த சந்திப்பாகும். ஒன்றுபட்ட இந்தியாவுக்குள் முஸ்லிம்களின் தனி பிரதிநிதித்துவத்தை வேவல் முன்மொழிந்தார். எவ்வாறாயினும், முஸ்லிம் பிரதிநிதிகளைத் தெரிவு செய்யும் விடயத்தில் பேச்சுக்கள் முடங்கின. அகில இந்திய முஸ்லீம் லீக் இந்திய முஸ்லிம்களின் ஒரே பிரதிநிதி என்று கூறிக்கொண்டது. முஸ்லீம் லீக்கை விட காங்கிரஸின் ஆதரவில் அதிகமான முஸ்லிம்கள் இருப்பதால் இந்திய தேசிய காங்கிரஸ் இந்த கூற்றை எதிர்த்தது. இது மாநாட்டை முடக்கியது, மேலும் ஒரு ஐக்கிய, சுதந்திர இந்தியாவுக்கான கடைசி சாத்தியமான வாய்ப்பாக இருக்கலாம். ஜூன் 14, 1945 இல், வேவல் பிரபு ஒரு புதிய நிர்வாகக் குழுவிற்கான திட்டத்தை அறிவித்தார், அதில் வைஸ்ராய் மற்றும் தலைமை தளபதி தவிர அனைத்து உறுப்பினர்களும் இந்தியர்களாக இருப்பார்கள். புதிய நிரந்தர அரசியலமைப்பு ஒன்றுக்கு உடன்பாடு ஏற்பட்டு அமுலுக்கு வரும் வரை இந்த நிறைவேற்று சபை தற்காலிக நடவடிக்கையாக

இருக்க வேண்டும்.

30

RIN கலகம் *(1946)*

ராயல் இந்தியன் நேவி (RIN) கிளர்ச்சி பிப்ரவரி 1946 இல் மும்பையில் தொடங்கியது, எச்எம்ஐஎஸ் தல்வார் மீதான கடற்படை மதிப்பீடுகள் பிரிட்டிஷ் அதிகாரிகளின் மோசமான உணவு மற்றும் இனப் பாகுபாடுகளுக்கு எதிராக எதிர்ப்பு தெரிவித்தன. மும்பையின் ஆரம்பக் கட்டத்தில் இருந்து, கராச்சியிலிருந்து கொல்கத்தா வரை இந்தியா முழுவதும் கிளர்ச்சி பரவியது மற்றும் ஆதரவைக் கண்டது, இறுதியில் 78 கப்பல்கள் மற்றும் கடற்கரை நிறுவனங்களில் 20,000 க்கும் மேற்பட்ட மாலுமிகளை ஈடுபடுத்தியது. கராச்சி ஒரு முக்கிய மையமாக இருந்தது, பம்பாய்க்கு அடுத்தபடியாக. மதராஸ், விசாகப்பட்டினம், கல்கத்தா, டெல்லி, கொச்சின், ஜாம்நகர், அந்தமான், பஹ்ரைன் மற்றும் ஏடன் ஆகிய இடங்களில் ராணுவ நிறுவனங்களில் அனுதாபத் தாக்குதல்கள் நடந்தன. ஆயுதப் படைகளில் ஒரு கிளர்ச்சி, விரைவில் அடக்கப்பட்டாலும், மக்கள் மனதில் பெரும் விடுதலை விளைவை ஏற்படுத்தியது. கடற்படை கலகம் இந்தியாவில் பிரிட்டிஷ் காலனித்துவ அபிலாஷைகளின் சவப்பெட்டியில் கடைசி ஆணியாக இருந்தது. இந்தியா ஒரு புரட்சியின் விளிம்பில் இருப்பதாகக் காணப்பட்டது. கலகம் பிரிட்டிஷ் அதிகாரிகளின் மனச்சோர்வைக் கண்டது மற்றும் இந்திய அதிகாரிகளின் விசுவாசம் மாறியது. எவ்வாறாயினும், RIN கிளர்ச்சியில் வெளிப்படையான வகுப்புவாத ஒற்றுமை, கப்பல்களின் மாஸ்டில் காங்கிரஸ், லீக் மற்றும் கம்யூனிஸ்ட் கொடிகள் கூட்டாக ஏற்றப்பட்ட போதிலும் மட்டுப்படுத்தப்பட்டது. முஸ்லீம் மதிப்பீடுகள் பாகிஸ்தானுக்கான எதிர்கால நடவடிக்கை

குறித்து ஆலோசனை பெற லீக்கிற்கு சென்றன. இந்திய தேசிய காங்கிரஸ் மற்றும் முஸ்லீம் லீக் ஆகியவை கலகத்தை கண்டித்தன, அதே நேரத்தில் இந்திய கம்யூனிஸ்ட் கட்சி மட்டுமே கிளர்ச்சியை ஆதரித்தது. கலகம் பிரிட்டிஷ் துருப்புக்கள் மற்றும் ராயல் கடற்படை போர்க்கப்பல்களால் ஒடுக்கப்பட்டது. கடற்படை மத்திய வேலைநிறுத்தக் குழுவின் (NCSC) தலைவர் M. S. கான் மற்றும் நெருக்கடியைத் தீர்ப்பதற்காக பம்பாய்க்கு அனுப்பப்பட்ட சர்தார் வல்லபாய் படேல் ஆகியோருக்கு இடையேயான சந்திப்பைத் தொடர்ந்து கிளர்ச்சி நிறுத்தப்பட்டது.

31
மவுண்ட்பேட்டன் திட்டம் (1947)

இந்திய தேசிய காங்கிரஸ், முஸ்லீம் லீக் மற்றும் சீக்கிய சமூகத்தின் சட்டமன்ற பிரதிநிதிகள் மவுண்ட்பேட்டன் பிரபுவுடன் ஜூன் 3 திட்டம் அல்லது மவுண்ட்பேட்டன் திட்டம் என அறியப்பட்ட உடன்படிக்கைக்கு வந்தனர். இந்தத் திட்டம்தான் சுதந்திரத்திற்கான கடைசித் திட்டம். ஜூன் 3, 1947 இல் வைஸ்ராய் மவுண்ட்பேட்டனால் அறிவிக்கப்பட்ட திட்டம் பின்வரும் கொள்கைகளை உள்ளடக்கியது: பிரித்தானிய இந்தியாவின் பிரிவினைக் கொள்கையை பிரிட்டிஷ் அரசு ஏற்றுக்கொண்டது. வாரிசு அரசுகளுக்கு டொமினியன் அந்தஸ்து வழங்கப்படும். இரு நாடுகளுக்கும் சுயாட்சி மற்றும் இறையாண்மை. வாரிசு அரசாங்கங்கள் தங்கள் சொந்த அரசியலமைப்பை உருவாக்க முடியும் இரண்டு முக்கிய காரணிகளின் அடிப்படையில், புவியியல் தொடர்ச்சி மற்றும் மக்களின் விருப்பம் ஆகியவற்றின் அடிப்படையில், பாக்கிஸ்தான் அல்லது இந்தியாவுடன் இணைவதற்கான உரிமை சுதேச அரசுகளுக்கு வழங்கப்பட்டது. மவுண்ட்பேட்டன் திட்டம் 1947 இன் இந்திய சுதந்திரச் சட்டத்தை இயற்ற வழிவகுத்தது.

32
இந்திய சுதந்திர சட்டம் (1947)

    ஐக்கிய இராச்சியத்தின் பாராளுமன்றத்தால் நிறைவேற்றப்பட்ட இந்திய சுதந்திரச் சட்டம் 1947 பிரிட்டிஷ் இந்தியாவை இரண்டு புதிய சுதந்திர ஆதிக்கங்களாகப் பிரித்தது; இந்தியாவின் டொமினியன் (பின்னர் இந்திய குடியரசாக மாறியது) மற்றும் பாகிஸ்தானின் டொமினியன் (பின்னர் பாகிஸ்தானின் இஸ்லாமிய குடியரசாக மாறியது). இந்தச் சட்டம் 18 ஜூலை 1947 அன்று அரச அங்கீகாரத்தைப் பெற்றது. ஆகஸ்ட் 15, 1947 இல் இந்தியாவும் பாகிஸ்தானும் சுதந்திரமடைந்தன. இந்தியா ஆகஸ்ட் 15 ஆம் தேதியை தனது சுதந்திர தினமாகக் கொண்டாடுகிறது, அதே நேரத்தில் பாகிஸ்தான் அவர்களின் அமைச்சரவை முடிவுகளின்படி ஆகஸ்ட் 14 ஆம் தேதியை தனது சுதந்திர தினமாகக் கொண்டாடத் தேர்ந்தெடுத்தது.

www.ingramcontent.com/pod-product-compliance
Lightning Source LLC
La Vergne TN
LVHW041637070526
838199LV00052B/3408
9798888338117